കഥ പറയും
കടൽക്കര

Published by wordU, India

info@wordu.in
www.wordu.in

Kadha Parayum Kadalkara

A wordU Book/ published by arrangement with the author

ISBN: 978-81-993739-8-3

Typeset and Cover Design by Cogitabund LLP
Printed and bounded in India by Manipal Technologies Limited

MIX
Paper | Supporting responsible forestry
FSC® C043100

wordU Private Limited is committed to a sustainable future of our business, our readers and our planet. This book is made from Forest Stewardship Council® certified paper.

ഉള്ളടക്കം

കഥ പറയും കടൽക്കര

കാർത്തിക വിജയൻ യു

word

“പങ്കാളികൾ വേറെ വേണ്ട പൊന്നേ

പങ്കുവയ്ക്കാനേറെ ഹൃദയമില്ല

ചങ്കിലെ താഴിലോ പൂട്ടു വീണ

നിന്റെ ചലനം നിലച്ച നിമിഷത്തിലായ്.”

നന്ദി

പാദങ്ങൾ പതറി

പിടഞ്ഞുവീഴുന്നനേര

മെന്നെ പിടിച്ചുയർത്തിയ

കരിക്കകത്തമ്മയാം

ശക്തിക്കൊരായിരം നന്ദി.

സൗഹൃദത്തിന്റെ

സ്നേഹവലയത്തിനപ്പുറം

എന്നിലെ എഴുത്തിനു

കരുത്തേകി

എന്റെ അക്ഷരങ്ങൾക്കു

വെളിച്ചമേകിയ

അശ്വിനും ദിപ്തിക്കും

ബുക്ക്സ്റ്റകം പ്രസിദ്ധീകരണത്തിനും

വാക്കുകളിൽ ഒതുങ്ങാത്ത നന്ദി.

മാതാപിതാക്കളോട്:

മുഷതിലെത്തിയെൻ സ്ത്രീത്വം

പെറ്റമ്മ നോറ്റ നോയമ്പിന്റെ പുണ്യം.

പാരിൽ പൊരുതാൻ പഠിപ്പിച്ച അച്ഛൻ.

തോറ്റു വീഴാതെ താങ്ങിയതേട്ടൻ.

പ്രണയത്തിൻ പാഠങ്ങൾ

എന്നെ പഠിപ്പിച്ച്

പ്രാണനായ് മാറിയതെൻ

നല്ല പാതി.

കാലമേ നിന്നോടെനിക്കുള്ള

നന്ദി ഞാൻ കവിതയായ് ചൊല്ലുന്നു

സ്വീകരിക്കു.

മണൽത്തരി മേലിൽ തെറിച്ചിടാതെ

മുഖം താമരതണ്ടുപോൽ

വാടിടാതെ

കാവലായ് നിന്നവർ ഇവർ

ഞാനാം തരുവിൻ

തായ് വേരുകൾ.

നിങ്ങൾക്കെന്റെ ജീവിതമാകുന്ന നന്ദി.

കൂടെ നിന്നെന്റെ

കവിതകൾക്കു കൂട്ട് നിന്ന

സ്നേഹമുള്ളയെല്ലാർക്കും

സ്നേഹമാകുന്ന നന്ദി.

തകർച്ചയിൽ തുടർച്ചയായ്

കുത്തു വാക്കുകൾ നൽകി

എന്നെ തളർത്തിയവർക്കും നന്ദി.

കവിതകളിലൂടെ കഥകൾ

അറിയാൻ എന്റെ പുസ്തകം

കയ്യിലെടുത്ത വായനക്കാർക്ക

സ്നേഹത്തിൻ ഭാഷയിൽ നന്ദി...

ആമുഖം

2022 മാർച്ച് 20 ന് ബുക്ക്സ്റ്റകം പബ്ലിഷേഴ്സിന്റെ സ്ഥാപകനും സർവ്വോപരി അതുല്യ ഇന്ത്യൻ ഇംഗ്ലീഷ് എഴുത്തുകാരനുമായ ആത്മസുഹൃത്ത് അശ്വിൻ രാജും അദ്ദേഹത്തിന്റെ പ്രിയ പത്നി, വളർന്നു വരുന്ന ഇന്ത്യൻ ഇംഗ്ലീഷ് എഴുത്തുകാരിയും കൂടി ആയ ദീപ്തിയും ചേർന്ന് എനിക്കൊരു അപ്രതീക്ഷിത സമ്മാനം തന്നു. ആ സമ്മാനമാണ് പുസ്തക രൂപത്തിൽ നിങ്ങളുടെ കയ്യിൽ ഇരിക്കുന്നത്. 2024 ഡിസംബർ മാസത്തിലാണ് ഈ പുസ്തകം പ്രസിദ്ധീകരിക്കാൻ ഞാൻ അശ്വിന് കൈമാറുന്നത്. 2023 അവസാനത്തോടെ എല്ലാ കവിതകളും എഴുതി തീർന്നതാണ് പക്ഷെ പല കാരണങ്ങൾ കൊണ്ടു പ്രസിദ്ധീകരിക്കാൻ കൊടുക്കാൻ കഴിഞ്ഞില്ല. ഇന്ന് ചില കവിതകൾ പൂർണ്ണമായി ഒഴിവാക്കിയും മറ്റു പല കവിതകൾ പുതുതായി ഉൾപ്പെടുത്തിയുമാണ് ഈ പുസ്തകം പുറത്തിറക്കിയിട്ടുള്ളത്. ഈ പുസ്തകം പ്രസിദ്ധീകരിക്കുന്നത് വരെ, എനിക്ക് സമ്മാനിച്ച സൗഭാഗ്യം, അതിന്റെ പൂർണ്ണതയിൽ ബുക്ക്സ്റ്റകതിനു തിരിച്ചു നൽകാൻ കഴിഞ്ഞില്ലല്ലോ എന്ന ഹൃദയ വേദന വല്ലാതെ വരിഞ്ഞു മുറുക്കുന്നുണ്ടായിരുന്നു. സുവർണ്ണാവസരം കയ്യിൽ നൽകിയിട്ട് സമയബന്ധിതമായി തിരിച്ചു നല്കാത്തതിന്റെ പരിഭവം പ്രകടിപ്പിക്കാതെ എന്റെ സർഗ്ഗാത്മകതയുടെ പൂർണ്ണതയ്ക്ക് വേണ്ടി ക്ഷമയോടെ കാത്തിരുന്ന അശ്വിനെ മനസ്സാൽ നമിക്കാതിരിക്കാൻ എനിക്ക് കഴിയില്ല.

വിദ്യാർത്ഥിനിയായിരിക്കുമ്പോൾ മനസ്സിൽ മുളപൊട്ടിയ സ്വപ്നമാണ് കവയിത്രിയാവുക എന്നുള്ളത്. കവിത എന്താണ് എന്നറിയും മുൻപേ തന്നെ വാക്കുകൾ കൂട്ടിചേർത്ത് മോശമല്ലാത്ത രീതിയിൽ എഴുത്ത് തുടങ്ങിയിരുന്നു. കവി സമ്മേളനങ്ങളിൽ പങ്കെടുക്കാനുള്ള ഭാഗ്യവും ചെറിയ പ്രായത്തിൽ തന്നെ

ലഭിച്ചിരുന്നു. ജീവിതം തോണിക്കാരൻ ഇല്ലാത്ത തോണി പോലെയെന്ന് തോന്നുന്ന സന്ദർഭങ്ങളില്ലേ? അതുപോലെ ദിശ തെറ്റി എന്റെ എഴുത്തിന്റെ തോണിയും അധിക ദൂരം തുഴഞ്ഞു പോയില്ല. മനഃപൂർവമായുള്ള തടസ്സങ്ങളും ബാഹ്യമായ ഇടപെടലുകളും കാരണം എഴുത്ത് നിർത്താൻ കൗമാരത്തിന്റെ അമിത ദേഷ്യത്തിൽ ഞാൻ തീരുമാനിക്കുകയായിരുന്നു. ദ്രോഹിച്ചവരോട് പരിഭവമില്ലയെന്ന് അറിയുക. ദ്രോഹിച്ചവരോടും ക്ഷമിക്കാൻ ഞാൻ പഠിച്ചിരിക്കുന്നു.

എന്റെ ജീവിതത്തിന്റെ ആകെ തുകയാണ് ഈ കവിതാസമാഹാരം. ഞാൻ കണ്ട കാഴ്ച്ചകൾ, വായിച്ച പുസ്തകങ്ങൾ, എനിക്ക് ചുറ്റും കണ്ട മനുഷ്യരുടെ അവസ്ഥകൾ ഇവയെല്ലാം എന്നിലുണ്ടാക്കിയ മാനസിക വ്യഥകളും വികാരങ്ങളുമാണ് ഈ കവിതകളുടെ ജനനത്തിന് കാരണം. ഒരു സാധാരണക്കാരിയാണ് ഞാൻ. മഹത്തരമായ കവികളുടെയും കവിതകളുടെയും തുലാസ്സിൽ വച്ച് ഈ കവിതകൾ തുലനം ചെയ്യരുത് ഇവ തൂവലുകൾ പോലെ പറന്നു പോകും. അപൂർണ്ണതകളും അക്ഷരതെറ്റുകളും അനവധി ഉണ്ടായേക്കും ആരോഗ്യപരമായി വിമർശിക്കുക.

ഇവയിൽ വിഷാദം, മുത്ത് എന്നീ കവിതകൾ പതിനഞ്ചാം വയസ്സിൽ എഴുതപ്പെട്ടവയാണ്. മുപ്പതു വയസ്സ് പിന്നിട്ടപ്പോൾ ഞാൻ അനുഭവിച്ച വിഷാദമെന്ന ഭീകരനെ പകുതി പ്രായത്തിൽ എങ്ങനെ ഞാൻ എഴുതി എന്നത് എനിക്കും മനസിലാകാത്ത മരീചികയാണ്. ആദ്യ കവിതാസമാഹാരം പുറത്തിറങ്ങുമ്പോൾ ആദ്യകാല രചനകളിൽ രണ്ടെണ്ണമെങ്കിലും ഉൾപ്പെടുത്താതെ പ്രസിദ്ധീകരിക്കുന്നത് ഉചിതമല്ലെന്നുള്ള ചിന്തയിൽ കൂട്ടി ചേർത്തതാണ്. പ്രതീക്ഷകളുടെ അമിത ഭാരമില്ലാതെ എന്റെ കൊച്ചു കവിതാസമാഹാരം പ്രിയപ്പെട്ട വായനക്കാർക്ക് സമർപ്പിക്കുന്നു. തെറ്റുകൾ സദയം ക്ഷമിക്കുക.

1

വിദ്യാരംഭം

രണ്ടായിരുന്നില്ല ഞങ്ങളെന്നും
ഒന്നായ് പ്രപഞ്ചത്തെ കണ്ടവർ നാം.
ഒന്നല്ല രണ്ടല്ലോരൊമ്പതു മാസം
മെയ്യൊന്നനങ്ങാതെ മനമാലെ -
യാലിംഗനത്താൽ ശയിച്ചവർ നാം.
ജന്മസാഫല്യം പോലമ്മ കണ്ടപ്പോൾ
ജന്മസഖികൾ ഞങ്ങളൊന്നായ് കരഞ്ഞു.
അച്ഛന്റെ കണ്ണിലായ്
കണ്ടൊരാ ആനന്ദസാഗര -
തീരത്തിരുന്ന നാമൊന്നായ്
പണിതു കുസൃതിതന്നായിരം
കളിവീടുകൾ.
ആദ്യമായ് അറിവിന്റെയാഴക്കടൽ
കണ്ടൊന്നമ്പരന്നീടാതെ
ഇന്നിതാ,

ഒന്നായ് തുഴയെറിഞ്ഞ്

അവിദ്യയാം തിരകളെയകറ്റി

മുന്നേറുവാനായ്

പുറപ്പെടുന്നു ഞങ്ങൾ

അനുഗ്രഹത്തോടെ ഞങ്ങൾ

തുറന്നിടട്ടെ

ജീവിത താളിലെയാദ്യപാഠം.

[എന്റെ മാനസ പുത്രിമാരായ ശ്രിണികയുടെയും

ശ്രുതികയുടെയും [ഡോ. ഭവ്യ ചന്ദിന്റെയും ഡോ. വിഷ്ണു എസ് നായരുടെയും മക്കൾ] ആദ്യ വിദ്യാലയ ഓർമ്മക്ക്]

2

ഞങ്ങളുടെ കലാലയം

ഉണരണം ഉയരണം
ഉടനടി പട പൊരുതണം
ഉടവാളിനിടിമുഴക്ക
കാഹളം ഉയർത്തണം.
തളരുകില്ല കരയുകില്ല
തടയാൻ ഇനി സാധ്യമല്ല
തങ്ങളിലിനി തെറ്റുകില്ല
തെറ്റ് ചെയ്ത കൈകളോ
അറ്റു പോകും നിശ്ചയം.
വിദ്യക്കൊണ്ടനീതിയെ നാം
വെട്ടി വീഴ്ത്തി വാണിടും
അജ്ഞതയിൽ മുങ്ങി
നില്ക്കുമനിയനറിവ് നൽകിടും.
അടരുകില്ല കൊഴിയുകില്ല
ഇനി ഇവിടൊരു ജീവനും

കൊടി പിടിച്ച കൈകളിനി
കോർത്തു നാം നടന്നിടും.
വിഭിന്നമാം ചിന്തകളിനി
ചർച്ചകളിൽ ചേർന്നിടും
ചിരി കളികൾ ഉയർന്നിടും
തേങ്ങലുകൾ മാഞ്ഞിടും.
കലിപൂണ്ട പോർവിളികൾ
പടികടന്നെത്തുകില്ല
കരുത്തുറ്റതാം കരളുമായ്
കൂട്ടുകാർ നാം കോട്ട കെട്ടും.
സൗഹൃദങ്ങൾ പൂത്തിടും
സ്നേഹഗീതമുയർന്നിടും
പ്രണയത്തിൻ മഴവില്ലോ
കണ്ണുകളിൽ തെളിഞ്ഞിടും.
അമ്മമാർക്കിനിയില്ല
ചങ്ക് പൊട്ടും വേദന
അച്ഛനൽപ്പമിനിയിരുന്നിടാം
അരുമ മകൻ പോറ്റിടും.
വാക്ക് ഞങ്ങൾ തന്നിടട്ടെ

വാഴ്കില്ലിനിവിടൊരു കലാപവും

കലകളുടെ ആലയമിത്

ഞങ്ങളുടെ കലാലയം.

3

പങ്കാളി

1

അരയാലിനരികെ, നടപ്പാതയോരം
ഒരു പെൺനായയല്ലയോ
ശയിപ്പതവശയായ്.
ക്ഷീണിതമെന്നാലുമവളുടെ
കണ്ണുകൾ തേടുന്നതാരേ -
യെന്നോർത്തിട്ടവളുടെ ചാരെ
നിൽപ്പായി ഞാനും.
ക്ലർമ്മവേഗം പോലുമില്ലാതെ
കമ്പിടും തലയുമായ്
നാണിച്ചു നീങ്ങുന്ന ഘടികാര
ചലനങ്ങൾ അവളിൽ
നിറക്കുന്നതെന്തൊരു വേദന.
അറിയുവാനേറെയാകാംക്ഷയോടെ
പിന്നെയും നോക്കി ഞാൻ

അതീവ സൂക്ഷ്മമായ്.

വിരഹമല്ല, വിശപ്പല്ല,

മാറാരോഗത്തിൻ മഹാപ്രഹരമല്ല

പിന്നെയോ?

പേറ്റുനോവാണ്...

കാണുക നീ മനുഷ്യാ

പേപ്പട്ടിയെന്ന പേരിനൊപ്പം

പലവക കല്ലേറ് കൊണ്ട് പാവം

ആകെ തളർന്നു വീണതാണീ -

യരയാലിൻ ചോട്ടിൽ.

വീർത്തതാം ഉദരത്തിലക്ഷമ

കാട്ടിടുമോമനമക്കൾ

പിറന്നിടാൻ ഇനിയേറെ നേരമില്ല.

പൊള്ളിയടർന്ന പുണ്ണിലായ്

പിന്നെയും കത്തിയാൽ

ആഴത്തിലേൽക്കുന്ന

മുറിവിന്റെ നോവാണറിയുന്നെന്ന്

തോന്നി, മൃഗഭാഷയിൽ

മെല്ലെയവൾ മുരളവേ.

അതിലേറെ വേദന കാണുന്നു കണ്ണിൽ

വളഞ്ഞിട്ടുമാൾക്കൂട്ടത്തിലായവൾ പരതവേ.

നായകൾ രണ്ടുണ്ടായിരുന്നുവല്ലോ

ഇത്തിരി നേരം മുൻപേ വരെ

കാലന്റെ കയറിൽ കുടുങ്ങിടുമ്പോൾ

നായും നരനും തനിച്ചായിടുമെന്ന

പഴമൊഴി സത്യം പറഞ്ഞകന്നു

കൂട്ടത്തിലായ് നിന്നൊരു കാരണവർ.

2

തിടുക്കമാമിഴികൾ തിളങ്ങി -

യവളുടെ മുരൾച്ചയിൽ

മധുരം കിനിഞ്ഞു.

ആരോ വലിച്ചെറിഞ്ഞവശിഷ്ടമാ -

മൊരു കഷ്ണമിറച്ചി

ചുണ്ടുകൾക്കിടയിലൊതുക്കി -

യക്ഷീണനായ് പാഞ്ഞു വരുന്നൊരാ

ശ്വനകന്റെ കിതപ്പിൻ താളം കേൾക്കേ.

അവനോടിവന്നായിറച്ചികഷ്ണ -

മവളുടെ മുന്നിൽ കടഞ്ഞിട്ടീടവേ

കണ്ടു ഞാൻ

നായ് ജന്മമെന്നാലുമായിരച്ചി -

യിലുമിനീരല്ലാ

അവന്റെ മിഴി നീരിനുപ്പ്

കലർന്നിറങ്ങുന്നത്.

പേറ്റു നോവിന്റെയന്ത്യ

നിമിഷങ്ങളിലുലയാതെ,

പുളയാതെ, ചലനമേതുമില്ലാതെ

കിടക്കുന്നവളെ,

ഞാനും, നോക്കിയവനൊപ്പം

അങ്കലാപ്പോടെ.

എന്റെ നല്ലപാതിയേമെന്റെ

കുഞ്ഞുങ്ങളേമുണർത്താൻ

എന്തിനി ചെയ്യേണമെന്ന

ചോദ്യം പോലെ തോന്നി

വാലാട്ടിയൊട്ടി നിന്നിട്ടവനെന്നെ നോക്കവേ.

അറിയാതെ വിരലുകൾ തട്ടി

തന്ത്രികൾ നിലയ്ക്കാതെ

ളുടിക്കും പോലെ -

യെന്തിനെൻ വിരലുകൾ

വിറക്കുന്നു ആ പെൺനായയെ

തൊടാനായവേ.

"അത് ചത്തു"

ദയ തൊട്ടു തീണ്ടാതെ

ആർത്തു ചൊല്ലി

ആൾക്കൂട്ടമെങ്ങോ

പിരിഞ്ഞു പോയി.

3

പിന്നെ

മഴ വന്നു, കുഴി വെട്ടി

മണ്ണിട്ട് മൂടുന്നു

മനസ്സിൽ മരിക്കാത്ത

മാസ്മര പ്രണയത്തെ

കൂടവേ

മുലപ്പാൽ നുണയാത്തതാം

കുഞ്ഞോമനകളേയും.

കണ്ണുനീരിനാൽ കാഴ്ച്ച മങ്ങി
കുഴിയിലൊരറ്റത്തു നിൽക്കുന്ന
നായയെ കാണവേയെന്റെ
കരളാകെ നീറി പുകഞ്ഞിടുന്നു.
നിശ്ചലം നിൽക്കുന്നൊരെന്റെ
തോളിൽ തട്ടിയുണർത്തിയതാരെന്ന്
പാളി നോക്കേ,
ലാഘവ ശബ്ദത്തിലാരോ
പറഞ്ഞിടുന്നു.
"എന്തിനീ സങ്കടം സോദരാ
മാനവനല്ലത് നായയല്ലേ.
പ്രണയമാം വികാരമവകന്ന്യമെന്നെന്തേ
മറന്നുവോ താൻ ?
നിമിഷങ്ങൾ ഏറെ കഴിഞ്ഞിടേണ്ട
ഈ ശ്ശുനകനൊരു പങ്കാളി വേറെ കിട്ടും.
പ്രണയമില്ലാത്തതാമവരുടെ ലോകത്ത്
ഇണയെന്നത് വെറും കാമമത്രേ."
ഇത് കേൾക്കേ ഉണർന്നവൻ
സ്വപ്നത്തിലെന്നപോൽ

നഷ്ടസ്വപ്നങ്ങളെ നെഞ്ചിലേറ്റി
നടന്നെത്തിയവനെന്റെ ചാരെ നിന്നു.

4

എന്റെ കണ്ണിൽ കനിവിന്റെ
ഉറവ കണ്ടിട്ടോ
പിടയുന്ന ഉള്ളിന്റെ
താളം കേട്ടിട്ടോ
മൃഗഭാഷ മെല്ലെ
ഞരമ്പിലൂടൊഴുകിയെത്തി
തലച്ചോറിന്റെ
ഭാഷാസിരാകേന്ദ്രത്തിലായ്.
ഇതാ കേൾക്കുന്നു,
നായ തൻ തേങ്ങൽ
നെട്ടുങ്ങി ഞാൻ
നോക്കിയവന്റെ മിഴികളിൽ.
അളവില്ലാതൊഴുകുമശ്രു പൊഴിച്ചു,
കുഴിയിൽ മിഴിപായിച്ചവൻ
മെല്ലെ ചൊല്ലി.

"പങ്കാളികൾ വേറെ വേണ്ട പൊന്നേ

പങ്കു വയ്ക്കാനേറെ ഹൃദയമില്ല

ചങ്കിലെ താഴിലോ പൂട്ടു വീണു

നിന്റെ ചലനം നിലച്ച നിമിഷത്തിലായ്."

കേൾപ്പത് സത്യമോ

കാൺമത് മിഥ്യയോ

ഉഴറി നിന്നു ഞാനാം മനുഷ്യമൃഗം.

പ്രപഞ്ചമേ പ്രണയമിത്രമേൽ

തീഷ്ണമോ?

പാതി മരിച്ച മനസുമായി

പാതയോരം ചേർന്നകലും

നായയെ നോക്കി നിൽക്കേ

പറയാവതെങ്ങനെ ഞാനീ

പ്രപഞ്ച സത്യം.

തങ്ങളിലൊന്നൊരുനാൾ

താരമായ് വാനിലെത്തിയാലും

താഴെ മണ്ണിൽ മരിക്കില്ല പ്രണയം.

നരനാകട്ടെ നായയാകട്ടെ

നിങ്ങളാകട്ടെ ഞാനാകട്ടെ

മറന്നെന്നൊരായിരമാവർത്തി

ഉറക്കെ പറഞ്ഞാലും

നമ്മൾ മറക്കില്ല പ്രണയം

താഴെ മണ്ണിൽ മരിക്കില്ല പ്രണയം.

4

മധുവിധു

മൂന്നാറിൽ മൂവന്തി ചായുന്ന നേരം

മഞ്ഞെന്ന വിസ്മയം

മേനിയിൽ ചാലിച്ച

കുളിരുപൂക്കുന്നൊരായിരം

പ്രണയ വർണ്ണം.

എൻ വിരൽത്തുമ്പുപോലും

നാണിച്ചു നിന്നു.

താരക കണ്ണാൽ നിൻ

കടാക്ഷമേൽക്കേ.

പ്രണയമെന്നാൽ സ്വാതന്ത്ര്യവുമാണെന്നാകെ

തണുത്തപ്പോൾ നാമറിഞ്ഞു.

അനുവാദത്തിനായ് കാക്കാതെ

നിൻ വിരലുകൾ

എൻ പെണ്ണുടലിലോടി

നടന്നപ്പോളറിഞ്ഞു ഞാൻ

അടിമത്തമല്ലിത്,

നിൻ കളിപ്പാവയുമല്ല ഞാൻ

തീക്ഷ്ണമാം പ്രണയത്തിൽ

നിലതെറ്റി നാണം മറന്ന

പ്രണയ നാഗങ്ങളാണെന്ന്.

എനിക്കായ് സമർപ്പിച്ച

നിൻ ദൃഢ്ഡ കായത്തിലെൻ

അധരത്താൽ കളമെഴുതി

അതിലോലമാക്കി ഞാൻ.

പകരമായ് നീയേകിയ

ചുംബന ചൂടിൽ

വിരിഞ്ഞുയെൻ മാറിലായ്

വികാരമാമായിരം

പനിനീർ പൂവുകൾ.

5

മഴയെന്ന കൂട്ട്

മണ്ണിന്റെ ദാഹമകറ്റുവാനെത്തുന്ന

വിണ്ണിന്റെ കനിയാണ് നീ.

വേനലിലെരിയുന്ന തരുവിന്നു

തണലായി പെയ്യുന്ന കുളിരാണ് നീ.

ആദ്യമായ് കൺതുറന്നമ്മയെ കാണവേ

അമ്മ തൻ മിഴിയിൽ നിറഞ്ഞതും നീ.

പുത്തനുടുപ്പിന്റെ ഉന്മേഷ-

മെന്നിൽ നിന്നൂറ്റിയെടുത്തിട്ട്

വിദ്യാലയമാം തിരുമുറ്റമതിലെന്നെ-

യെത്തിച്ചൊരീശ്വരൻ നീ.

ബാല്യകൗമാരങ്ങളിലറിവിന്റെ

പേമാരിയായ് എന്നിൽ

പെയ്തൊഴിയാതെ നീ നിന്നു.

യൗവ്വനാരംഭത്തിലൊരു

കുഞ്ഞു പുഷ്പമായ്

പ്രണയത്തിൻ കുളിരേകി പെയ്യിറങ്ങി.

പൊന്നിലും പട്ടിലും മിന്നിയ-

യെന്നിൽ ചെറു പരിഭവമുളവാക്കി

ചിന്നി തെറിച്ച നീ നിന്നു.

പെണ്ണല്ല പൊന്നാണ്

ധനമെന്നവൻ ചൊന്നതും

ക്ഷണം വിട്ടിറങ്ങീ ഭാര്യാപദം.

പഴിച്ചിതെല്ലാരുമെന്നാലു-

മെന്നെയണച്ച നീയന്നും

തോരാതെ പെയ്തു രാപ്പകലോളം.

മഴത്തുള്ളി മിഴിനീർത്തുള്ളി-

യോടോതിയന്നേരം,

പൊഴിയണം നീ, പക്ഷെ

വിജയാശ്രുവായ്.

അല്ലായ്കിലീ കണ്ണീർ കടലിൽ

മുങ്ങിയും പൊങ്ങിയു-

മൊരുനാൾ താണുതാണങ്ങനെ

തീർന്നിടും ജീവിതം.

തച്ചുടക്കാതെ, തളരാതെ,

പോരാടി തിരികെനേട്ടം നേരം

ആകസ്മികം വന്ന

പിന്നെയും പ്രണയം.

അപരാധമല്ലെന്നുര ചെയ്ത്

പെയ്ത് നീ കുളിരായി

കരളിലോ പ്രണയത്തിൻ

പുതുമഴപോൽ.

ആദ്യപ്രണയം അപഹാസ്യമെന്നാൽ

ആത്മാഭിമാനമടിയറവ്

നൽകാതെയുടനിറങ്ങണം

ആരെയും നോക്കാതെ.

ആദ്യത്തെയല്ല,

ആത്മാർത്ഥപ്രണയത്തിനാ-

ണുയിർ നൽകേണ്ടതെന്നെന്നെ-

പഠിപ്പിച്ചതും നീ.

പെണ്ണിന് പൊന്നല്ല

പതറാത്ത മനസ്സാണ-

ലങ്കാരമെന്നതാം

ധീരോപദേശമെനിക്കേകി

തൻ കാലില്ലുറച്ച്

തലയുയർത്താനെന്നിൽ

പെയ്ത പ്രളയവും നീ.

നേട്ടവും കോട്ടവും

സ്വന്തവും ബന്ധവും

തിരികെ നൽകി ഞാൻ

യാത്രയാകും നേരം

വേർപാടിൻ മിഴിനീരായ്

നീയെന്നിൽ പെയ്തൊഴിഞ്ഞു.

6

കഥപറയും കടൽക്കര

“കരളുരുകി കരയാൻ

കടപ്പുറത്തെത്തണം

കണ്ണീരിനുപ്പിനെ

കടൽ കാറ്റിൻകരങ്ങൾ

കവിളിലൂടൊഴുക്കാതെ

ഊതിപ്പറത്തിയുറക്കെ-

യുയരുന്നത് കാണാം.

ഉള്ളിലായ് നീറിപുകയുന്ന

കനലുകൾ കടൽ,

ആഴങ്ങളിൽ വാങ്ങി

കുളിരാൽ പൊതിഞ്ഞൊരു

പൊന്നുമ്മ നൽകും.”

ഓമനകുഞ്ഞിനോടിവ്വണ്ണമോതി

മുത്തച്ഛൻ മണൽത്തിട്ട-

മേലമർന്നൊന്നിരുന്നു.

സൂര്യനെ നിർഭയമുള്ളിലാക്കി

മെല്ലവേ കരിമ്പടം

ചുട്ടുമാകടലിനെ

സാകൂതം നോക്കി

ഉണ്ണിയുമിരുന്നേറെ നേരം.

ഉണ്ണിക്കു പിന്നിലുണ്ടായിരുന്നവൻ,

ഉയിരിന്റെ വില പേറും

പൊതിക്കടലയുമായ്.

മുത്തച്ഛനിത്തിരിയൊച്ചയിൽ

ചൊന്നതും കേട്ടിരുന്നങ്ങനെ

ശേഷിച്ചൊരഞ്ചാറു

പൊതികളും വിൽക്കാതെ പോയവൻ.

വ്യാഴവട്ടക്കാലമായി ജനിച്ചിട്ടെങ്കില്ല -

മിങ്ങനെ ആരുമിരുത്തിയില്ലവനെ

ആത്മബന്ധങ്ങളവനറിഞ്ഞതുമില്ല.

പന്ത്രണ്ടുകാരനവൻ തന്റെ

പളുങ്ക് കണ്ണിൽ

പാറി വീഴുന്ന മുടിയിലെ

പൊടികളോ പറക്കുന്നു

മത്സരമെന്ന പോലെ

ആ കുഞ്ഞു കണ്ണിലെ

കരടായി മാറുവാൻ.

മോടിയില്ലുടുപ്പിട്ടകാലമേയില്ല

മറ പോലെ ചുറ്റിയ

തുണിയല്ലാതെ.

മധുരത്തിനൊരു നുള്ള്

അറിഞ്ഞതില്ലീ-

യരവയറിലെന്നും ഉപ്പ് മാത്രം.

ജീവിതം പൊതികളിൽ

വിൽക്കുന്ന കുഞ്ഞിന്റെ

കൺകളിൽ ചിരിമറന്നടയുന്നു

കൺപീലികൾ.

തൊട്ടു വിളിക്കുന്നു

തൊണ്ടയിൽ ദാഹം

പത്തിന്റെ നോട്ടിലേക്കൊന്നു

നോക്കി, കണ്ണട മാറ്റി

ഗാന്ധിയപ്പൂപ്പൻ ചൊല്ലി

വിശപ്പുമായ് ദ്വന്ദ്വയുദ്ധം

നടത്തിയട്ടഹസിക്കുന്ന-

നിയൻ ക്രൂരയിൽ.

“വരുമെന്റെ ജേഷ്ടൻ

നിന്റെ കാലനാമന്നവുമായ്.”

വാർദ്ധക്യമെത്തി

വയസ്സേറെയായിട്ടുമെന്തേ

വിഡ്ഢിത്തമിങ്ങനെ

ചൊന്നതീയുണ്ണിയുടെ മുത്തച്ഛൻ.

കരളുരുകിയല്ലാതെ

കരഞ്ഞതില്ലീ കടൽക്കരയി-

ലെന്നിട്ടീ നേരം വരെ

തന്നതേയില്ല പൊന്നുമ്മ

കണ്ണീർ തുടച്ചതുമില്ലീ കടലമ്മ.

പാണനാരെ പോലെ

പാടുന്നു വാർദ്ധക്യം

പച്ചയാം ജീവിത

സത്യങ്ങളറിയാതെ.

7

കൊച്ചിച്ചൻ*

നെരിപ്പോട്ടപോലെരിയുന്നു നെഞ്ചം
നഷ്ടബോധാഗ്നിയാളുന്നു കണ്ണിൽ.
നർമ്മചിത്രം മാത്രമായിയെല്ലാരിലും
നിറയാൻ,
കൊതിച്ച കൊച്ചിച്ചാ
ചതിച്ചതെന്തേ?
നിങ്ങൾ മരിച്ചതെന്തേ?
മകളായ് വളർത്തിയിട്ടെന്തിനെൻ
മംഗല്യനാളിലായ് മാറി നിന്നു
നിങ്ങളന്ന്യനായി.
ഏറിട്ടും വാത്സല്യമോടെന്നെ
ലാളിച്ച കാരണമാണ് കൊച്ചിച്ചാ
"വൈകിയാലും വന്നെത്തിയല്ലോ മോളെ"-
യെന്നോതി, യോടിയെത്തുന്ന
വാക്കുകൾക്കായി മാറ്റി നിർത്തി,

മംഗല്യ മേളവും നാദവും ഞാൻ.

എന്റെ ചെക്കന്റിടം കയ്യിലെൻ

വലം കൈ കോർത്തു ഞാൻ

യാത്രയാകുമ്പോഴും

കണ്ടില്ല കണ്ണീരുറവ പൊട്ടിച്ച

അച്ഛനേം അമ്മയേം കൂടപ്പിറപ്പിനേം

കാണുവാനേറെ ആശിച്ചു

കൊച്ചിച്ചാ

നിങ്ങളോടിവന്നാലിംഗനത്താൽ

ആശീർവദിക്കാൻ.

എന്നിട്ടുമെത്താതിരുന്നപ്പോളല്ലയോ

തീർത്തു ഞാനതിർത്തി

ചെറു വിദ്വേഷമാം പുകമറയാൽ മാത്രം.

*രാമവർമ്മൻച്ചിറയിലെന്റെ

കൊച്ചിച്ചനായ്

എന്നുമുണ്ടാകുമെന്നോർത്തു

ഞാനപ്പൊഴും.

കുഞ്ഞായി മാത്ര, മെന്നെയെന്നും

ലാളിച്ചയുള്ളം കയ്യിലെൻ

കുഞ്ഞിനെ നൽകിയൊത്തിരി

പരിഭവം പറയാൻ കരുതിയതൊക്കെയും

എരിഞ്ഞുവല്ലോ ആറടി മണ്ണിലായി.

*വല്യണ്ണനെയവസാനം

നോക്കിയകല്യമ്പോഴും

വെറുതെ പോലുമോർമ്മയിലെത്തിയില്ലേ

കൊച്ചിച്ചാ?

നിങ്ങളേറെ സ്നേഹത്താൽ പോറ്റിയ

വല്യണ്ണന്റെ മകളെ.

(മകളായി എന്നെ സ്നേഹിച്ച വീർപ്പുമുട്ടിച്ച് പെട്ടെന്നു ഒരു ദിവസം മരണത്തിലേക്ക് നടന്നടുത്ത സുധകൊച്ചിച്ചന് [സുധാകരൻ തമ്പി] വേണ്ടി.)

*കൊച്ചിച്ചൻ - അച്ഛന്റെ അനുജൻ

*രാമവർമ്മൻച്ചിറ - തിരുവനന്തപുരം ജില്ലയിലെ നെയ്യാറ്റിൻകര താലൂക്കിലെ കാരക്കോണം എന്ന സ്ഥലത്തെ ഒരു കൊച്ച് ഗ്രാമം

*വല്യണ്ണൻ - മൂത്ത ജേഷ്ഠൻ (കേരള തമിഴ്നാട് അതിർത്തി പ്രദേശത്ത് വ്യാപകമായി ഉപയോഗിക്കുന്ന വാക്ക്)

8

ഭാഗ്യമില്ലാ ഭാഗ്യക്കുറി

1

അനന്തമാം യാത്രയി-

ലന്തിച്ചുവപ്പിൻ നിണം

വീണലിഞ്ഞൊരാ

വീഥിയിലേകനായ്

നിന്നൊരുവൻ.

പാദങ്ങളിന്നു പ്രതിഷേധമാംവിധം

കാതങ്ങൾ താണ്ടാൻ

മടിച്ചു നിൽക്കെ

കയ്യിലെ ഭാഗ്യകടലാസ്സു കഷ്ണങ്ങൾ

കനിവിൻ കരങ്ങളെ തേടിടുന്നു.

"കണ്ണേട്ടനിനെന്തേ വൈകിയല്ലോ?"

കുശല ശരങ്ങൾ

തൊടുത്തടുത്തു വന്നു

കവലയിലായ് കണ്ട സ്നേഹിതന്മാർ.

കാലിലെ വയ്യായ്മ കാലദോഷം പോൽ

പടർന്നു കയറുന്നതിൽ

തലോടി മെല്ലെ

താങ്ങു തടിയോട് ചേർന്നു നിന്ന്

കണ്ണേട്ടൻ ഉത്തരം

ചിരിയാൽ നൽകി.

വെള്ളികെട്ടും തലപ്പാവുപോൽ

പാതി നരച്ച മുടികളും പാടിടുന്നു

പാതകൾ താണ്ടിയ ദൈന്യകഥ.

ചുരുക്കം ചിലർ ഇന്ന് വന്നെത്തി

ചിന്തയിൽ സംഖ്യാ യുദ്ധം നടത്തി

വിയർപ്പിൻ പണം കൊണ്ട് നേടി

പ്രതീക്ഷതൻ ഭാഗ്യ സമ്പത്ത്.

നേരമേറെയില്ലിനി ചിന്തിച്ചു നിൽക്കുവാൻ

ചായയിൽ മുട്ടിയ ചുണ്ടുകൾ

ചൂടിനാൽ പൊള്ളിയടർന്നുവെന്നാലും

വിശപ്പിന്റെ കാഹളമുയർത്തു-

മുദരത്തിൽ വായു കോപിച്ചലറിയെന്നാലും

ഒട്ടു ദൂരം നീണ്ടു കിടക്കുന്ന താണ്ടുവാൻ

പ്രിയ പത്നി രോഗാതുരയായ് കാത്തിരിപ്പൂ.

ആതുരാലയ ശയ്യമേൽ

നീണ്ടതാം പേരുള്ള രോഗവുമായ്

ജീവന്റെ പാതി

പൊരുതുന്ന കാഴ്ച്ച

ഓർമ്മയിൽ ഓടിയെത്തുമ്പോൾ

ചൂടുള്ള ചായയിൽ ചാടി

ആത്മാഹൂതിയടഞ്ഞു

അതിലും ചൂടുള്ളതാം രണ്ടിറ്റു കണ്ണുനീർ.

2

വിയർപ്പിന്റെ തുള്ളികൾ

ഉന്മാദ നൃത്തം ചവിട്ടി

കുഴക്കുന്നു മേനിയെ.

കോടികൾ പേറുന്ന

കൈകളാൽ കണ്ണേറ്റുന്‍

ഒപ്പിയാ തുള്ളികൾ പതിക്കുന്നു ഭൂമിയിൽ.

വിയർപ്പിനോടെന്നാലുമെന്നും നന്ദി മാത്രം

നിങ്ങൾ മുക്കികളഞ്ഞതെൻ

കണ്ണീരിനെ.

കണ്ണീരുണങ്ങും കവിളുമായ്

സന്ധ്യയിൽ കാത്തിരിക്കുന്നു

എൻ ജീവിതത്തിൻ പുലർകാലം.

കാണുന്ന മാത്രയിൽ

കീശയിലുടക്കാത്ത കണ്ണിനാ-

ലെന്നെയുഴിയുന്ന നന്മ.

നേരം പുലർന്നിട്ടീനേരം വരെ

ഉള്ളിലാക്കിയതെല്ലാം

എണ്ണിയെണ്ണിയറിഞ്ഞാത്മ-

സംതൃപ്തി പൂകുന്ന നല്ല പാതി.

രോഗിയാണെങ്കിലുമോമലേ

ജീവരാഗമായ്

നീയുള്ള നാളെന്നിൽ

അണയില്ല ആദ്യാനുരാഗത്തിൻ

ദീപനാളം.

3

ജീവിത ചിന്തകൾക്കിട-

വേള നൽകി ഇടവഴി

താണ്ടി മുന്നിൽ വന്നൊരുവൻ,

ഭാഗ്യക്കുറിക്കായി

നീട്ടി കൈകൾ.

ശേഷിച്ചതൊക്കെയും

പോരട്ടെയെന്നവൻ ചൊന്നതും

നിസ്സഹായം നോക്കി-

യിങ്ങനെയോതി.

"ഭാഗ്യമില്ലാ കൈകളാലെ-

ങ്ങനെ നൽകുമിന്നീ

യൗവ്വനത്തിനൊരു ഭാഗ്യക്കുറി.

കൂലി കിട്ടി കീശയിലിരിക്കുമാ

കാശെന്നെ നോക്കുന്നു കലുഷമായി."

കഷ്ടത്തിലും കനിവു

വറ്റാത്തതാംമീ

വാക്കുകൾക്കെന്തു തന്നാലും

മതിയാകുമോ?

ഭാഗ്യക്കുറി കെട്ടു, തൻ

കയ്യാലെടുത്തെണ്ണിനോക്കി

പണം ഒരു തുട്ടധികം

നൽകി പറഞ്ഞകന്നു.

ഇന്നത്തെ ധാരാളിയാം യൗവ്വനം!

കൺമിഴിച്ചിത്തിരി

നേരമാവഴിയില്ലുറച്ചു

കണ്ണേട്ടൻ ,നിറകണ്ണാലെ

ആ പണം പട്ടിണി

ഞെരിച്ച ബാഗിലിട്ടു.

പിന്നെ

ആതുരാലയലക്ഷ്യത്തിലേക്കാരംഭമായ്

ആ ദിനം നൽകിയ

സ്നേഹ വായ്പ്പാൽ.

(വാർത്തയിൽ കാണാനിടയായ കണ്ണൻ എന്ന കാലിനു സുഖമില്ലാത്ത ലോട്ടറിക്കാരന്റെ ദൈന്യതയുടെ ഓർമയിൽ എഴുതിയത്.)

9

മടങ്ങാം പ്രകൃതിയിലേക്ക്

ഉടനൊന്നുണരുവാൻ, വേഗത്തിലണയുവാൻ

കൊതിയായ്, പ്രകൃതിതൻ വരമാം നാട്ടിൽ.

കളിമണ്ണതിൽ ഒരു ചെറുകുടിൽ തീർക്കണം പിന്നതിൽ,

നാവിൽ തേൻകിനിയുന്നൊരാക്കൂട്ടരും വേണം.

കുഞ്ഞിളം ചിറകുമായ് മധുകുടം തീർക്കുന്ന

കൂട്ടരുമൊന്നിച്ച മൂളണമൊരു മധുരഗാനം.

മാമരം തന്നിൽ നിന്നുണരുമാകാറ്റിലായ്

ഊയലാട്ടും ചെറുമഴത്തുള്ളി പോലെ,

ഭൂമി തൻ സൗന്ദര്യലഹരിയിലലിഞ്ഞുടൻ

ശാന്തമാം ലോകത്തിൻ രഥവുമൊന്നേറണം.

ചീവീടിനധരങ്ങളിൽ നിന്നൊഴിയാതെ

ഒഴുകുമാ നാദവും കേൾക്കണം.

കുഞ്ഞിളം ചുണ്ടിനാൽ കുശലം ചൊല്ലുന്ന

കുഞ്ഞി കിളിയോട്ടുമോതണമൊരിത്തിരി കാര്യം.

ദിനരാത്രമൊഴിയാതെ

ഒരു നേരമകലാതെ

എന്നുമീ സ്വർഗഭൂവിൽ

വാഴുവാൻ കഴിയുന്നതെന്തൊരു ജന്മഭാഗ്യം.

ധിമി ധിമി താളത്തിലൊഴുകും

തടാകത്തിലൊരു ജലബിന്ദുവായ്

മാറീടുവാൻ,

താപസ സിദ്ധിയല്ലാതെന്തു വേണം.

പിൻതിരിഞ്ഞടിവച്ചു നീങ്ങുമ്പോഴുമെന്റെ

ഹൃദയത്തിൻമിടിപ്പിലുണ്ടാകുമെന്നുമീ

താളവും ഭംഗിയും.

[ഐറിഷ് കവിയായ W B Yeats ന്റെ പ്രശസ്തമായ Lake Isle Of Innisfree എന്ന കവിതയിൽ നിന്നും പ്രചോദനം ഉൾക്കൊണ്ട് എഴുതിയത്. ശരിയായ തർജ്ജിമയാണെന്ന അവകാശവാദം ഇല്ല.]

10

ആ ഓർമ്മകളിലേക്ക്

നിറം മങ്ങുമോർമ്മകളെ ചായം ചാലിച്ച്

ചിന്തയാം പുസ്തകത്താളിൽ

ചന്തത്തിലക്ഷര ചിത്രങ്ങൾ

വരക്കുന്നീ കുഞ്ഞു പുസ്തകം.

വർണ്ണിപ്പാൻ വാക്കുകൾ

മത്സരിച്ചണയുന്നു.

വാക്കുകൾക്കതീതമീ-

യോർമ്മകൾ തൻ വർണ്ണന -

യെന്നോതി ഞാനവയെ

അടക്കി നിർത്തുമ്പോഴും

തൂലിക തുമ്പിലെ

മഷി തുള്ളിയോടെന്തോ

സ്വകാര്യം പറഞ്ഞിട്ടാ

വാക്കുകൾ ചിന്നി തെറിക്കുന്നു

നിറച്ചാർത്തു പോലെ.

രചനയിൽ ലാളിത്യം

വിഷയമതു പരിചിതം

എന്നിട്ടുമെന്റെ പ്രിയ എഴുത്തുകാരി നിന്റെ

കൃതിയിലൊരു മാന്ത്രിക സ്പർശമുണ്ട്.

വയനാവഴിയിലൂടൊഴുകി

ഹൃദയവാതിൽ തൊട്ടുണർത്തുന്ന

മാന്ത്രിക സ്പർശം.

[ആത്മസുഹൃത്തും ഇംഗ്ലീഷ് എഴുത്തുകാരിയുമായ ദീപ്തിയുടെ A 90's Souvenir: The Vivid Memories of a 90's Kid എന്ന ആദ്യ ചെറുകഥയെ കുറിച്ച്]

11

9946*

നിയമം നിർമ്മിക്കും
നിങ്ങളുടെ മുന്നിൽ
നാണം മറന്നിന്നു
നിൽക്കുന്നു ഞങ്ങൾ
ജീവിതം "തോറ്റവർ."
തോറ്റില്ല ചോദ്യങ്ങൾ
എയ്യ്ത നേരം.
പൊയ്യ് വാക്കിനാൽ
തോൽപ്പിച്ച ഞങ്ങളെ,
അല്ലാ,
രാവുറങ്ങാതെ
മിഴിച്ചിരിന്നക്ഷര പാഠങ്ങൾ
തലച്ചോറിന്നൂട്ടിയ
അനവധി വർഷങ്ങളെ,

പകലെരിയും വെയിലിനെ

കളിയാക്കി

കല്ലും മണ്ണും പേറി

തഴമ്പിച്ചൊട്ടുവിൽ

ജീവിതം പണിയാൻ

പേന പിടിച്ച കൈവിരലുകളെ.

മുപ്പതു കഴിഞ്ഞും മൂപ്പെത്തിയും

പഠിത്തം കഴിഞ്ഞതില്ലേയെന്ന

മുന വച്ച നാവുകളെ

നേരിട്ട മനസ്സിനെ.

കാക്കിയുടുപ്പിൽ

കനവുകൾ നെയ്യുവാൻ

കടം വാങ്ങി കൂട്ടിയ

പുസ്തകാത്താളുകളെ.

മടി മാടി വിളിക്കവേ

മൂർദ്ധാവിൽ പ്രാർത്ഥനയാലുമ്മ

വച്ചുണർത്തിയ അമ്മമാരെ.

കാലം കരുതിയ

നരയൊതുക്കി

വിയർപ്പുമണികളെ

കോർത്തൊരുക്കി

അവധിക്കവധി നൽകി

പണിയെടുത്തുരുകിയ അച്ഛന്മാരെ.

മുട്ടാതെ മൂന്ന് നേരം വിശപ്പടക്കാൻ

മിഴിനീരിൽ നനയാത്ത

തലയിണയിൽ

മുഖം ചേർത്തുറങ്ങാൻ

ജന്മമേകി ജീവിതവെളിച്ചമേകും

അച്ഛനേം അമ്മയേം സമ്മാനപൊതികളാൽ

വീർപ്പുമുട്ടിക്കാൻ

താലി അണിഞ്ഞു

പെണ്ണുങ്ങൾ യാത്രയാകും

നേരമച്ഛന്റെ മാറിലായ്

വീണ കടമാം കുടുക്കിന്റെ

കുരുകഴിക്കാൻ.

മഴയൂർന്നിറങ്ങും

മേൽക്കൂരയല്ലാതെ

മനസ്സിനിണങ്ങുമൊരു

കൊച്ച് വീട് വയ്ക്കാൻ.

സ്വകാര്യ സങ്കടങ്ങളൊട്ടുക്കുവാൻ

മാത്രമല്ല,

നീതിക്ക് വേണ്ടി

നെട്ടോട്ടമോടുന്ന പാവം

മനുഷ്യരെ ചേർത്തണക്കാൻ

കാക്കിയെന്നാൽ ക്രൂരമല്ല

കരുണയാണെന്നുള്ള വാക്കു നൽകാൻ

നിസ്സഹായതയുടെ ഉള്ളറിഞ്ഞ

ഞങ്ങൾക്കല്ലാതെയാർക്കു പറ്റും ,

നീതി തേടുന്നവരുടെ മനസ്സറിയാൻ.

ഇങ്ങനെ അനവധി സ്വപ്നങ്ങളെ തോൽപ്പിച്ചു

നിങ്ങൾ നേടിയതെന്ത്?

നേടിയതെന്ത്?

[Civil Police Officer റാങ്ക് ലിസ്റ്റ്പിൻവലിച്ചതിനെ തുടർന്നു റാങ്ക് ഹോൾഡേഴ്സ് സെക്രട്ടേറിയേറ്റിൽ നടത്തിയ 63 ദിവസം നീണ്ടു നിന്ന സമരത്തെ കുറിച്ച്. 9946 ഉദ്യോഗാർഥികളാണീലിസ്റ്റിൽ ഉണ്ടായിരുന്നത്.]

12

വിഷാദം

മുള്ളുകൾ മൂടുന്നയെൻ വഴിത്താരയിൽ

മഴമേഘമെത്തിയതെന്തിനാവോ?

മിഴികളെൻ മിഴിനീരുമൂടുന്ന പോലെയാ-

മഴമേഘവും മഴ മറയ്ക്കുന്നതെന്തിനാവോ?

സ്വയമെരിഞ്ഞന്ന്യന് സുഗന്ധം

പരത്തുവാൻ ചന്ദനമല്ലഞ്ഞാനെന്നറിവൂ.

സന്ധ്യയിൽ സാഗരസന്നിധി

പൂകുമാ സൂര്യനുമല്ലഞാനെന്നറിക.

എങ്കിലുമെൻ മനകാമ്പിലെ നോവറി-

ഞ്ഞെത്തിയതാവാമീമഴമേഘം.

ജീവിത വീഥിയിൽ ഞാനേകയെന്നൊരാ

സത്യവുമിന്നു ഞാനറിഞ്ഞിടുന്നു.

കളിവാക്കു ചൊല്ലാനും

കലഹിച്ചകലാനുമൊത്തിരി-

യാളുകൾ ഉണ്ടെന്നാകിലും

കഥനങ്ങളറിയുവാൻ

കണ്ണീരൊന്നൊപ്പുവാൻ

ആരുമെന്തെൻ ചാരെയെത്തിയില്ലാ?

പുഞ്ചിരി തൂകുമെന്നാകിലു-

മെൻ കണ്ണിലെരിയുമാ കരിന്തിരി കണ്ടതില്ലാ?

അകമഴിഞ്ഞല്ലാതെ സ്നേഹിച്ചതില്ല ഞാൻ

അപഹാസ്യമെന്നാലുമെൻ നിഴലായ്.

വ്രണിതമാമെൻ നെഞ്ചിലമ്പുകളെയ്തവർ

ആനന്ദഭരിതരായകന്നു പോകെ

അരുതെന്നൊരു വരിയോതുവാനാകാതെ-

യധരങ്ങളെ പോലും ഞാനകറ്റി നിർത്തി.

ശാപമാണെൻ ജന്മമെന്നറിഞ്ഞാലുമതു

വെടിഞ്ഞിടാൻ ശക്തിയതില്ലാതെ പോയ്.

ആരോരുമെന്നെയറിയാതെ പോയാലും

പഴിച്ചാരില്ലൊരിക്കലും ഞാനെന്നറിഞ്ഞു കൊൾക.

13

മുത്ത്

സ്വപ്ന സുന്ദര ചിപ്പിയിലിന്നൊരു

സ്വർഗ്ഗ കുമാരി വിടർന്നു.

സാഗര സന്നിധി താലോലമാട്ടി

തിരകൾ ചുംബിച്ചുറക്കി.

ചിപ്പിയാം മാതാവ് മുത്താം കന്യയെ

മനോഹരിയാക്കി മലരാക്കി.

വിടരും മിഴിയിലെ മാനസമഞ്ജരി

മനസ്സിൽ മായാപ്രവാഹിനിയായ്.

പുഞ്ചിരി പാലാഴി തൻ കാന്തദർശിതം

കാമുകകണ്ണിണയിൽ കുളിരാധി.

കാൽതളയില്ലാ കൈവളയില്ലാ

കാണാനവളൊരു കവി ഭാവന.

കവിളിൽ കുമ്പെട്ടും കാന്തിയായിന്നവൾ

കവിതയായ് പെയ്തു താളുകളിൽ.

കരളിലെ കാവൽ പക്ഷികളെ

കാമുകവൃന്ദം ദൂതരാക്കി.

ബാഹ്യചാപല്യങ്ങളെ ബലിയാക്കി

ആന്തരസ്നേഹത്തെ ആരാധിച്ചവൾ

ആവണി തെന്നലായ് അരങ്ങു വാണു.

ആരറിയുന്നു മുത്തിനുള്ളിലും

ആന്തരസ്നേഹമേ അവിശ്യമെന്ന്.

14

സലാം കലാം*

രാമേശ്വരത്തിന്റെ രാമനായി

മാനത്തിനപ്പുറം സീതയാക്കി

മണ്ണിൽ പിറന്നതാം ഈ മാനവൻ

മാതൃഭൂമിക്ക് മന്നവനായി മാറി.

ആ പഞ്ചവത്സരമെത്ര ധന്യം

അതിലൊരു പ്രജയായ്

കഴിഞ്ഞതെൻ ജന്മപുണ്യം.

ജ്ഞാനിയാണദ്ദേഹ-

മറിവിന്റെ ഉറവയാം പാലാഴിയല്ലോ.

ചിരിച്ചല്ലാതെ കണ്ടീല അധരങ്ങളെന്നും

ഗഹനമാം ചിന്തയിലും

പുഞ്ചിരിയഴകായി.

ആക്ഷേപിച്ചൊന്നിനേയും കണ്ടീല

പക്ഷെ,

ആകാശമാമനന്തതയിലിത്ര വേഗം

അലിഞ്ഞതെന്തിനാവോ?

ഗാന്ധിജിക്കൊപ്പം സഹനം

ഗംഭീര വാക്കുകളാലെ പ്രയത്നം.

സാരഭായിക്കൊത്ത പോരാളി

സർവ്വം നയിക്കും തേരാളി.

അറിവിനോടല്ലാതെ ആർത്തിയിലൊന്നിനോട്ടും

അറിയുകീ പ്രഥമപൗരൻ വാങ്ങി

ശമ്പളം, മാസമൊരു രൂപ മാത്രം.

*എല്ലുറക്കും മഞ്ഞുവീഴുന്ന

ഭൂവിലായ് നെഞ്ചുറപ്പോടെ ചെന്നെത്തിയോൻ.

*ആംഗലേയം കണ്ടും കുടുക്കിയ

ബാലനോടമ്മ മലയാളത്തിനനുവാദമേകിയോൻ.

ഖദറിന്റെ രാഷ്ട്രീമില്ലാതെ

നമ്മെ അഞ്ചു വർഷം നയിച്ച ധീരൻ.

രത്നങ്ങളിലുന്നത

രത്നമാം ഭാരതരത്നം

നൽകി നാമാദരിച്ചു.

ചിറകുകൾ അഗ്നിയാൽ ജ്വലിച്ചീടിലും

പുകമറയില്ല പൊടിഞ്ഞതുമില്ല

ഈ ചിറകിൽ നിന്നൊരു

നുള്ള് ചാരം പോലും.

പെയ്കറുമ്പിലന്ത്യ-

വിശ്രമം കൊള്ളും

മഹാത്മാവേ

ശിരസ്സാൽ നമിക്കുന്നു

ഞങ്ങൾ ഭാരതീയരങ്ങയെ.

* കലാം - മുൻ രാഷ്ട്രപതി APJ അബ്ദുൽ കലാം

* എല്ലുറക്കും - സിയാച്ചിൻ മലനിരകൾ സന്ദർശിച്ച ആദ്യ ഇന്ത്യൻ രാഷ്ട്രപതി

*ആംഗലേയം - ബഹുമാനപ്പെട്ട അബ്ദുൽ കലാം സാറിന്റെ കേരള സന്ദർശന വേളയിലെ സ്കൂൾ വിദ്യാർത്ഥികളുമായുള്ള സംവാദത്തിൽ പേരൂർക്കട സ്വദേശിയായ ജോബിൻ എന്ന ഏഴാം ക്ലാസ്സ് വിദ്യാർത്ഥി ഇംഗ്ലീഷിൽ സംസാരിക്കാൻ ബുദ്ധിമുട്ടിയപ്പോൾ കലാം സാർ " മലയാളത്തിലെ പറയ് " എന്നു ധൈര്യം നൽകി.

* പെയ് കരിമ്പ് - അബ്ദുൽ കലാം സാറിന്റെ അന്ത്യവിശ്രമം സ്ഥിതി ചെയ്യുന്നു.

15

നാടോടിപ്പെണ്ണ്

1

പതിനേഴിനഴകല്ല
പെണ്ണിവൾക്ക്
പ്രതികാരക്കനലാഴി
നെഞ്ചകത്ത്.
ചുട്ട ചോര ചീന്തുന്ന
വാൾ മുനപോൽ
മൂർച്ചയേറും മിഴിമുനയിന്നവൾക്ക്.
കനൽ കാറ്റു പോലും
ദിശ മാറി വീശുന്നു
അഗ്നിയായ് സ്വയമവൾ
ജ്വലിച്ചീടവേ.
മയമില്ല മുടികൾക്ക്
മണമില്ല മേനിക്ക്
കാരിരുമ്പോ തോൽക്കും

മനസ്സുണ്ട്.

അതിലുലയുണ്ട്,

കനലൂതി അവൾ നീറ്റും

കലിയുടെ ചുട്ടുകനൽ.

മനസിലോ തിളക്കുന്നു

തിരപോലിളകുന്നു

ആഴമേറെയുള്ളതാമാഴി

അനുവാദമില്ലാ-

തടുക്കുമെന്തിനേയും

വെണ്ണീറാക്കും

അഗ്നിയാം ആഴി.

2

അഗ്നിക്കാവടിക്കെന്നപോൽ

റോഡുകൾ

പൊള്ളും വെയിൽ മൂടി കിടന്നു.

കത്തും കനലുകൾ അവളുടെ

കാലിന്റെ വെള്ളയിൽ

കൊത്തുപണികളും തീർത്തു.

വെയിലേറ്റ് വാടിയ കൂട്ടരെല്ലാം
തണൽ തേടി ഓടിയകലുമ്പോൾ
തളരാതെ ചുട്ടു വെയിൽ
ചൂടി നിൽക്കുന്നവളെ
നോക്കിയവഞ്ഞയിൽ
സാക്ഷരർ ചൊല്ലി.
പേനകൾ വിൽക്കുന്ന
പെണ്ണിവൾ
കണ്ടാലുണ്ണിയാർച്ചയെന്നല്ലോ
നിൽപ്പ്.
നാടില്ല വീടില്ല
നാടോടിപെണ്ണിന്
നിലതെറ്റി വീഴാൻ
ഒരു തുണ്ട് *നിലമില്ല.
എന്നിട്ടുമെന്തൊരഹന്ത
കണ്ണിൽ റാണിയാണെന്നുള്ള ഭാവം.
നാണമില്ലാതെ നീട്ടണം കൈകൾ
കെഞ്ചണം കുഴയണം
പെണ്ണുടലിളക്കണം.

അന്നേരമൊന്നൊഴിയാതെ

വിറ്റു പോം പേനകൾ

അങ്ങനെ മടിശീല തുട്ടുകൾ

കൊണ്ട് വീർക്കും

വേണേൽ വീർപ്പിക്കാമവളുടെ

ഇളം ചൂടുള്ള കുഞ്ഞു വയറും.

നാറിയ നാവിനാൽ

ഇവ്വണ്ണം നെയ്യുന്നു

നാണമേശാത്തതാം

നർമ്മത്തിനിഴപാകും

മേലാട മുള്ളിനാൽ.

ഏശുന്നതില്ലവളിൽ

ചീഞ്ഞു നാറുന്നോരീ വാക്കുകളൊന്നുമേ.

3

ചുവപ്പ് കത്തി കിടക്കുന്ന

നേരത്ത് കണ്ടവൾ

തന്റെ ദീദിയെ ചണ്ടിയാക്കി

കൊന്നു വഴിയിൽ കളഞ്ഞവനെ.

കാമകണ്ണിനാൽ

മടിയിലിരിക്കും കുഞ്ഞിനെ

സ്പർശം കൊണ്ടശുദ്ധമാക്കുന്നവൻ.

ഈ കാഴ്ച്ച കാണവേ

മറവിയാം നദിയിൽ

ചൂണ്ടയിട്ടോർമ്മകൾ

കൊരുതെടുത്തു

മരണം കവർന്ന ദീദി* തൻ വാക്കുകൾ.

"അറിയണം കുഞ്ഞേ

നിന്നെ തലോടും കൈകളിൽ

കാമം കൂർപ്പിച്ച മുള്ളുകൾ

മൗനം മയങ്ങുന്നുവോയെന്ന്.

കവിളിലാ കൈകൾ

കിള്ളുന്ന നേരം

കിലുക്കാം പെട്ടി പോൽ

പൊട്ടിച്ചിരിക്കണം നീ.

അധരത്തിലോ

കഴുത്തിനു താഴെയോ

വിരലുകൾ വിറപൂണ്ടു

ഹഭാവമുള്ളതാം

മാംസ ദണ്ഡിൽ ആഞ്ഞു കുത്തി.

നീങ്ങിയെന്നാൽ

അരുതെന്നുറക്കെ

ചൊല്ലണം നീ.

ആരുമാകട്ടെ

അധികാരമില്ല നിന്നെ തൊടാൻ

അനുവാദമക്ഷരം തെറ്റാതെ

നീ പറയും വരെ."

കാലങ്ങളേറെയായ്

കനലായ് കിടന്നതാം

ക്രോധാഗ്നിയവളറിയാതെ

ആളിപ്പടർന്നുവന്നേരം.

പതിനേഴ് മുനകളുർത്ത

പേനകൾ കെട്ടിയ

വജ്രായുധവുമായവൾ

പാഞ്ഞടുത്തു.

പിന്നെ നാൽചക്രവാതിൽ

തുറന്നവനെ വലിച്ചുപുറത്തിട്ടലറിയവൾ

ഭദ്രകാളിയെ പോൽ.

ആണത്തമാണെന്ന-

വാക്കുകൾക്കക്ഷര ജീവൻ

ജനിപ്പിക്കും

തൂലിക തുമ്പിന്ന്

ചുട്ടു ചോര മോന്തി കുടിച്ചു.

കാമപിശാചിൻ

രക്തമെടുത്തവളു

മാവോളം ദാഹം കെടുത്തി.

വിലങ്ങണിഞ്ഞവളകലുമ്പോൾ

നീതി ദേവത കൺകെട്ടഴിച്ചവളെ നോക്കി

പുഞ്ചിരി തൂകുന്നതെന്തിനാവോ?

* ദീദി – ചേച്ചി

[ദിനംപ്രതി വർധിക്കുന്ന സ്ത്രീ പീഡനങ്ങളിൽ അധികം ശ്രദ്ധി ക്കാതെ പോകുന്ന നാടോടി സ്ത്രീകൾക്ക് നേരെയുള്ള അക്രമങ്ങളെ കുറിച്ച്]

16

ഉയിരെടുത്ത് ഉരുൾപൊട്ടൽ

അടരുന്നു ഭൂഗോളമിരുളുന്നു

അംബരം

അകലെ നിന്നുരുൾ പൊട്ടി

ഉതിരുന്നു ജീവിതം.

അലർച്ച പോയിട്ടൊച്ച പോലും

മണ്ണിനാൽ പൊത്തി പിടിച്ചിതാ

താഴ്ത്തുന്നിതാഴത്തിൽ.

ക്ഷണ നേരമെങ്കിലും

കനിഞ്ഞിരുന്നെങ്കിലെൻ

കണ്മണി കുഞ്ഞിനെ കണ്ടീടുവാൻ

കളിപ്പാവയിൽ ചേർന്നവൾ

ചെളിയോടൊട്ടുമ്പോൾ

എന്റെ കാഴ്ചയെന്തെ മങ്ങി മാഞ്ഞതില്ല.

രണ്ടാമതൊരുണ്ണിക്കുടുപ്പ്

തുന്നി

ഗർഭാവസ്ഥയിലേ പുറത്തു വന്നു.

കുഞ്ഞുടുപ്പിടാതെയുറക്കെ

കരയാതെ

മുലപ്പാലിനമൃത് ഒരിത്തിരി നുണയാതെ

ഒരു കൊച്ച് ഗോളമായ്

അമർന്നു ചേറിൽ.

പ്രാണസഖി പൂർണ്ണഗർഭിണിയായ്

നീയറിഞ്ഞ വേദന

യോട്ടുപമിക്കുവാൻ വേറെ

നോവുണ്ടോയിനിയീ ഭൂവിൽ.

ജന്മമേകിയയിരു

ജീവനുകളൊട്ടുങ്ങി

കിടക്കുന്നതയ്യോ വയ്യിനി

കണ്ടു നിൽക്കാൻ.

കൂടെപിറപ്പും കൂട്ടുകാരും

കണ്ടിട്ടറിയാതെ പലതായ്

ചിതറി കിടക്കുന്നു ചെളി മണ്ണിൽ.

വേലിക്കെട്ടാ നാട്ടിലെ

അയൽവക്ക സ്നേഹമോ

എവിടെയെന്നറിയാതെയുറങ്ങുന്നുടടിയിൽ.

പൊട്ടിയൊലിച്ചത്

ഉരുളല്ല പിന്നെയോ

ഉയിരാണ് വയനാടിന്റെ

കണ്ണും കരളുമാണ്.

പുഞ്ചിരിയില്ലിനി

പുഞ്ചിരുമറ്റത്ത്

മിണ്ടാട്ടമില്ലാതെ

മുണ്ടക്കയ്യും

ചേറിൽ ചതഞ്ഞു കിടക്കുന്നു

ചൂരൽമല

വേദന വിഴുങ്ങി

വിറക്കുന്നു വെള്ളരിമല.

നാല് സന്താനങ്ങളൊന്നിച്ച

അന്ത്യയായത്രായി

അമ്മയാം മേപ്പാടിയിനി

അനാഥമാം ആഴത്തിലേക്കായ്.

ആയിരം അസ്ത്രങ്ങളൊരുമിച്ച്

നെഞ്ചേറ്റി പുളയുന്ന നേരം

ആശ്വാസമായ് ഒരു സ്നേഹ കാഴ്ച്ച.

നിസ്സഹായം ഓടിയണഞ്ഞു

കാടിന്റെ നടുവിലൊരു കൂട്ടം മനുഷ്യർ.

നാടിന്റെ മക്കൾക്കാശ്രയമായതോ?

കാടിന്റെ കരുത്തനാം കാവൽക്കാരൻ.

സഹ്യന്റെ മകനോടപേക്ഷിച്ച സഹായം

സ്നേഹ കുടയൊരുക്കി നിന്നവൻ

നേരം പുലരുവോളം.

നഷ്ടപ്പെട്ടതൊന്നുമേ

പകരമില്ലാത്തവ -

യെന്നാലും പാകമാക്കണം

മനസ്സിനെ

പുതിയൊരു ജീവിതം പണിയാൻ.

കൂടെയുണ്ട് കേരളം

കൈപിടിക്കാൻ

കനിവുള്ള മനസ്സുകളേറെയുണ്ട്

കണ്ണീരൊപ്പി കരകയറ്റുവാൻ.

[31 August 2024 കേരളത്തിലെ ഏറ്റവും വല്യ ദുരന്തമായ വയനാടിലെ ഉരുൾപൊട്ടൽ നടന്നു]

കാർത്തിക വിജയൻ യു

1992 ൽ വിജയകുമാറിന്റെയും ഉഷാകുമാരിയുടെയും മകളായി തിരുവനന്തപുരം ജില്ലയിലെ നെയ്യാറ്റിൻകര താലൂക്കിലെ കാരക്കോണത്ത് ജനനം. വ്യാസാവിദ്യാലയം, PPMHS കാരക്കോണം, ഇവാൻസ് HSS പാറശ്ശാല എന്നിവിടങ്ങളിൽ പ്രാഥമിക വിദ്യാഭ്യാസം. VTMNSS ധനുവച്ചപുരം കോളേജിൽ നിന്ന് ഇംഗ്ലീഷിൽ ബിരുദവും Institute Of English ൽ നിന്ന് ബിരുദാനന്തര ബിരുദവും കരസ്ഥമാക്കി. പന്ത്രണ്ടാം വയസ്സിൽ എഴുതിയ " ഓർമ്മയിലെ മുഖം " ആണ് ആദ്യ കവിത. വിദ്യാഭ്യാസ കാലത്ത് കവിതാ രചനാ മത്സരങ്ങളിൽ പങ്കെടുക്കുകയും സമ്മാനങ്ങൾ കരസ്ഥമാക്കുകയും ചെയ്തിട്ടുള്ള കാർത്തികയുടെ ആദ്യ കവിതാ സമാഹരമാണ് ഈ പുസ്തകം. കരിക്കകം സ്വദേശി സുജിത്ത് ആണ് ഭർത്താവ്.